புதுமைகள் தரும் தேசமிது

பதிப்பகம்

புதுமைகள் தரும் தேசமிது

தலைமை தொகுப்பாளர்

சே.அ.பார்கவி

தொகுப்பாளர்

நா. சங்கீதா

புதுமைகள் தரும் தேசமிது

புதுமையான தேசத்தில் ஒவ்வொருவருக்கும் உள்ள
ஆசைகளையும்,

கனவுகளையும், தன்னுள் இருந்து வெளிவரும்
உணர்ச்சிகளையும்,

வெளிக்கொணர்ந்து, புதுமையான தேசத்தில்
புதுமைகள் படைக்க

வேண்டும் என்ற நோக்கத்தில் படைக்கப்பட்டது.,

இந்த கவிதைத் திரட்டு........

தலைமை தொகுப்பாளர்

இவர் திருமதி.பார்கவி சிவபிரகாஷ், மஞ்சள் மாநகரமான ஈரோட்டை சேர்ந்தவர். இவள் புனைப்பெயர் "கவியின் கவிதை". கணிதவியல் முதுகலை பட்டம் முடித்தவள். இன்று தன் கனவுகளை முழு மனதோடு ஆர்வமாய் பின் தொடர்கிறார்.

தனது இன்ஸ்டாகிராம் பக்கத்தில் (@kaviyinkavithai) ஏறத்தாழ 2500க்கும் மேற்பட்ட குறுங்கவிதைகள், நீள்கவிதைகள் பல புனைந்துள்ளார். *Spectrum of thoughts*ல் இணை எழுத்தாளராகவும், தன் முதல் கவிதை திரட்டான *"Enticement of fondness/*காதலின் தாகங்கள்*"* தொகுத்துள்ளார். இப்பொழுது *Poetry World Organisation*ல் தலைமை தொகுப்பாளராய் பல கவிதை திரட்டினை வழங்கி வருகிறார்

தொகுப்பாளர்

இவள் பெயர் நா. சங்கீதா., தற்போது தேன்மொழி என்னும் புனைப்பெயரில் கவிகள் புனைந்து வருகிறார். தென்றல் வீசும் பொதிகை மலையடிவாரத்திலுள்ள திருவள்ளுவர் கல்லூரியில் இளங்கலை தமிழ் பயின்று வருகிறார். "திக்கெல்லாம் புகழுறும் திருநெல்வேலி" மாவட்டத்தில் தாமிரபரணி நதிக்கரையோரம் வசிக்கிறார். நாவல்கள் வாசிப்பதில் ஆர்வம் உண்டு. கல்கியின் நாவல்களால் ஈர்க்கப்பட்டவர். கடல் போல திகழும் கவிஞர்கள் மத்தியில் சிறு முத்தாக இருந்து கவிகள் புனைகிறார். தமிழ் ஆர்வலரும் ஆவார்.

உள்ளடக்கம்

புத்தம்புது நேசமிது

நான் கனவில்
எண்ணி வாழ்ந்த
ஓர் நேசம்தனை
நிஜத்தில் எனக்கென
கிடைத்த அரும்பெரும்
வரமானது இன்று...
சிறுவயது முதலே
உள்ளுக்குள் மருகிய
அழகான ஓர்
பூங்காவனத்தின்
இன்று நானும் ஓர்
வாசம் வீசும் மலராய்
வலம் வர செய்த
வண்ணங்கள் பல
பூசிய நெஞ்சார்ந்த
நேசத்தின் மயிலிறகு...
ஓர் ஆசை மட்டும்தான்
உள்ளுக்குள் துளிர்கிறது,
காலம் முழுதும்
தொடர்கிளையாய்
என்றும் நீருற்றி
வளரும் பந்தமாய்
வாழ்ந்திட வேண்டும்...

கவியின் கவிதை

என் புதுமையான தேசம்

புதுமையான தேசமொன்று படைக்க வேண்டும்!!
பொய் நகையும் பொல்லாப்பும் மறைய வேண்டும்!!
தன்னைக் கொல்ல வந்த மதுவை மிதிக்க வேண்டும்!!
தன்னை ஈன்ற மாதுவை மதிக்க வேண்டும்!!
பைந்தளிரும் பயமில்லாமல் நடை பயில வேண்டும்!!
பண்ணோடு பம்பையின் இசையும் பரப்ப வேண்டும்!!
கயந்தலையும் கலங்காமல் வசிக்க வேண்டும்!!
கைம்பெண்ணும் கனவோடு வாழ வேண்டும்!!
தீமையோடு தீண்டாமை ஒழிய வேண்டும்!!
ஏகசாதகர்கள் ஒற்றுமையுடன் இருக்க வேண்டும்!!
ஏராளமான ஏடுகளை பயில வேண்டும்!!
விண்ணோரும் வியக்கும் வண்ணம் வாழ வேண்டும்!!
வீடுதோறும் விருந்தோம்பல் இருக்க வேண்டும்!!
உலகெங்கும் உழவுத்தொழில் உலவ வேண்டும்!!
உன்னதத்தோடு உள்ளத்தை அளக்க வேண்டும்!!
போதும் என்ற மனப்பான்மை வளர வேண்டும்!!
நம் சந்ததிக்கும் வந்தனம் செய்து வரவேற்க வேண்டும்!!
இருப்பவர்கள் இல்லாதவருக்கு ஈய வேண்டும்!!
இங்கு எல்லாரும் எல்லாமும் அடைய வேண்டும்!!
மறுபிறவி என்ற ஒன்றுக்கு சான்றேதும் இல்லை!!
இப்பிறவியில் இன்னல் தவிர்த்து வாழ வேண்டும்!!
புதுமையான தேசமென்று படைக்க வேண்டும் - அதில்
பொய்நகையும் பொல்லாப்பும் மறைய வேண்டும்!!

தேன்மொழி

அம்மா

அன்போடு அறிவுரைகளையும் அள்ளித்தந்து

ஆசானாய் திகழ்ந்தவளே

இன்பங்களோடு சேர்ந்து எனக்கு

ஈகைப்பண்பையும் கற்று தந்தவளே

உன் உண்மையான அன்பை காணும்போதெல்லாம்

ஊமையாய் திகைத்து நிற்கிறேன்

எந்த துன்பங்கள் வந்தாலும்

ஏணியாய் நீ இருந்தால் பயமறியேனே – இரு

ஐந்து மாதங்கள் என்னைக் கருவில் சுமந்தவளே

ஒருபோதும் அந்நன்றியை மறவேன்

ஓடம் நீ என் வாழ்க்கை பயணத்திற்கு - - நான்

ஔவியம் பேசினாலும் என் அன்னையின் மகளே!!!

உத்ரா

அனாதை பிள்ளை

இரு உயிர்களின் இன்பத்தில்
பிறந்தது ஓர் உயிர்
கிழிந்த ஆடைகள் அதில்
ஓட்டைகளின் அலங்காரம்
பசியின் மயக்கம் தாயின்
பாசத்திற்கான ஏக்கம்
இதை நினைத்தே இரவிலும்
வர மறுக்கிறது தூக்கம்
அடுத்த வேளை உணவை
பற்றிய யோசனை
ஒரு நாளை கடத்துவதே
பெரும் சாதனை
ஒப்பனையற்ற முகம் இவற்றை
எண்ணியே ஒடுங்கிய மனம்
இதில் எங்கே கிடைக்கும் சுகம்
தனக்கான ஒரு பொருள்
பிடிக்குமோ பிடிக்காதோ என்பதை விட
கிடைக்குமோ கிடைக்காதோ என்பதை
எண்ணியே செல்கிறது எம் வாழ்க்கை.

கிறுக்கன்

அடிப் பெண்ணே

ஆணோ பெண்ணோ இல்லையடி!

அகிலம் ஆழ்த்தும் மாயையடி!

எல்லாம் இங்கே போலியடி!

பரமன் ஆடும் கோலியடி!

எதற்கு இத்தனை பூட்டுமடி!

கூண்டுக்கிளி நீ இல்லடி!

கடிவாளம் ஏதும் வேணாமடி!

வானம் பாடி நீயடி!

வரைமுறைகள் ஏனடி!

தாழ் திறந்து பாரடி!

தரணி எங்கும் ஆளடி!

தாசன் வழி செல்லடி!

இச்சை அடக்கி வாழடி!

தன்னிலை துறந்து பாரடி!

இறையில் நீயும் சேரடி!!

சுமதி அழகப்பன்

அவளும் நிகர் தானே

உயரங்கள் கடந்து கால்தடம் பதித்தும்

அவள் காலில் ஒரு கணத்த சங்கிலியே,

உலகை சுற்றி எல்லாம் படித்தும்

அவளை சுற்றி ஒரு வட்ட கூண்டே,

கள்ளிப்பால் வறண்டு விட்டாலும்

வற்றாமல் அவளை மூழ்கடிக்கிறது

ஒரு அடிமை சட்டம்

சமைத்தலும், துவைத்தலும் – பெண்களுக்கே!

அடக்கமும், அழுகையும் – பெண்களுக்கே!

மென்மையும், பொறுமையும் – பெண்களுக்கே!

வரதட்சனையும், வழ்புணர்ச்சியும் – பெண்களுக்கே!

தலைமையும், அதிகாரம் மட்டும் – ஆண்களுக்கு!!\

சம்பாரித்தாலும் வீட்டுக்கு அவள் -சமையல்காரி.

சாதித்தாலும் வீட்டுக்கு அவள் வேலைக்காரி.

விதிவிலக்காய் ஆண் வீட்டுவேலை செய்தாலும்

சமூக இலக்கணத்தில் அது அவமானமே!

அவளும் நிகர் தானே!

பகிர்வோம்- நம் வீட்டு வேலையை

உதயகுமாரன்

அவள் விழி காவியம்

மாமன் மண்ணில் மனமோ கால்பதிக்க

கண்களோ காவிய தலைவியையத் தேட

அவள் கருங்கூந்தல் மனமோ

என் தேகத்தை அழைக்க

அவள் கால் கொலுசின் ஒலி என்

செவிகளை துளைக்க

அவள் மூச்சு காற்று மாரியாய்

என் மேனியை உரச

அவளை கண்டதும் என் இமைகள்

இமைக்க மறுக்க

அவள் விரல்களோ வெட்கத்தை

மூடி மறைக்க

வான் வெளியில்

வீண்மீன்கள் சாட்சியாய்

மேகங்கள் படை சூழ

சந்திரன் என் காவியத் தலைவியை

கைகளில் கட்டிச்சென்றானே...

புகழேந்தி

இயற்கை

இனிப்பு அனைவருக்கும் இன்பத்தை கொடுக்க,

காற்று அனைவருக்கும் காதலைக் கொடுக்க,

பசுமை அனைத்தும்

எல்லாவற்றிற்கும் பல்லுயிர் கொடுக்க,

பாமர மக்களுக்கு புத்துணர்வு கொடுக்க,

நேசம் என்ற ஒன்றை நேர்த்திக்கடனாய்

அனைவருக்கும் கொடுக்க,

நிழல் போல் நியாயத்தை

சரியான நேரத்தில் காட்டிக்கொடுக்க,

உலகம் ஒன்றை இறைவன் கொடுக்க,

உயிர் என்ற உறவை

இயற்கை கொடுக்க,

உடலை உலாவ கொடுக்க,

அதிலும் பல பிரச்சனைகளை

எங்களுக்கு உருவாக்கிக் கொடுக்க,

உயிரென்ற ஓர் சக்தியை

உடலுக்குள் கொடுத்து, உடலலொன்று

உலகில் உயிர்வாழ உணவு வேண்டும்

என்று உன்னிடமே உரையாடவிட்டாயே..

திவ்யா

இயற்கையும் இனியவளும்

மண்ணின் அழுகுரலும்..

பெண்ணின் வலிகுரலும்..

உலகின் செவிகளுக்கு..

உறைத்திடாத உண்மை மொழி..

செடி, கொடி, வளங்கள் தந்து..

செத்த பின்னும் மேடை தந்து..

மூச்சிற்கு முகவரி கொடுக்கும்..

இயற்கை தாயை... வதைக்கின்றாய்..

உயிர், உணவு, உணர்வுகள் தந்து..

உதைத்தாலும் உறைவிடம் தந்து..

அன்பு கொடுக்கும் அக்ஷயப்பெண்ணை..

வன்கொடுமையில் வதைக்கின்றாய்..

இவர்களோடு இயல்பாய் வாழ..

இயந்திரம் பெண் அல்ல..

இயற்கையே பெண்..

அதனால் தான் ஏனோ? ஆட்கொள்கிறார்கள்..

இயற்கையும் அழித்து..

இனியவளையும் வதைத்து..

அழிவை தேடுகிறார்கள்..ஆணவம் கொண்டு

ஆ. வீரலெட்சுமி ஆறுமுகம்

உணவமுது

அமுதும் நீயே! அறுசுவையும் நீயே!

ரட்சிக்கும் இறைவனும் நீயே

தூற்றும் சாத்தானும் நீயே

ஏன் இந்த பாரபட்சம்

சிலரிடத்தில் போசனமாய்

சிலரிடத்தில் பட்டினியாய்

அமுதமாய் உலக உயிர்களை

காக்கும் நீ,

விரைவு உணவு என்ற பெயரில்

விடயமாவது ஏனோ ?

நீயின்றி வாடுபவரை

அறியாதிருப்பது என்ன அவலம்

உனை எண்ணி ஏங்கும் சிலரை

கடைக்கண்ணால் நோக்கு

பசிபிணியைப் போக்கு

இக்கலியுக வாழ்வில் நீ மட்டும்

சலிக்காமல் இருப்பது என்னே விந்தை!

விந்தையோ? வித்தையோ? வியப்புடன்!!

த.காசிவிஸ்வநாதன்

உன்னோடு ஒரு நாள்

உனக்காக காத்திருந்த
அந்த மணித்துளிகள்
அழகானது .....!!!
உன்னொடு சேர்ந்து சென்ற அந்த
சிறுதூர பயணமும் அழகானது.....!!!
எதிரெதிரே அமர்ந்து
என்னை நீயும்.....
உன்னை நானும்.....
உற்று நோக்கிய அந்த பார்வை
அழகானது.....!!!
இறுதியில் உன்னை விட்டு
வீடு திருப்பிய போது
பிரிய மனமில்லாமல்
நி என்னை திரும்பி பார்த்துச் சென்ற...
அந்த ஒரு கணம்......
வர்ணிக்க முடியாது!!!!அவ்ளோ
ஆழகானது...!!!!
மொத்தத்தில் ஆழகானது அந்த நாள்....
மீண்டும் காத்திருக்கிறேன்......!!!
அந்த அழகிய நாட்களுக்காக!!!

ஜெனிஃபர்

எங்கே சென்றாய்..

நீ விழுந்தால்
தாங்குவேன் என்றாய் இப்போது
நான் விழவில்லை புதைந்தே விட்டேன்
எங்கே சென்றாய்..
நீ அழுதால் நான்
கண்ணீர் துடைப்பேன் என்றாய்
இப்போது நான் அழவில்லை
அழிந்து கொண்டிருக்கிறென்...
நீ உடையும் போது
உயிர் தருவேன் என்றாய்
நான் உடைந்து உருக்குலைகிறேன்
எங்கே சென்றாய்...
உன் வெட்கதிற்க்கெல்லாம்
சொந்தம் என்றாய்
வேதனையில் விட்டு விட்டு
எங்கே சென்றாய்...
உன் முச்சுக்காற்றை எல்லாம்
முழக்குவேன் என்றாய்
முச்சு விட தயங்குதடி நெஞ்சம்
எங்கே சென்றாய்...

ஹூபூசாங்

என் இனிய பூங்காற்று!

எண்ணுமிடத்தில் எல்லாம்

ஏராளமாய் இருப்பான்

ஏளனமாய் நினைத்தால்

ஏகாந்தமாய் விடுவான்

பூட்டித்தாழ்ப் பாள் போட்டாலும்

பூங்காற்றாய் நுழைவான்

பூதமான கொரோனாவிற்கு

புகலிடமாய்ஆனான் அதுஏனோ?

என் இனிய பூங்காற்றே.....

பட்டினியாய் இருக்கும் எம்மக்கள்

வயிற்றில் பாதிஇடத்தை நிறைப்பவனே

பலம் வாய்ந்த பீமனையே

குந்திக்கு வரம் அளித்தவனே

கோபியரைக் கவர்ந்தான் கண்ணன்

குழலினுள் உன் ஜாலத்தாலே

கொரோனாவை ஏன் பரவவைத்தாய்

உன் உடலை அது சுத்தப்படுத்துவதாலோ?

என் இனிய பூங்காற்றே.....

தங்க சண்முகவேல். ச

என் கண்ணம்மா

ஓடிமாய யெண்ணி மலர்

வாடி மடியுமுன்னே தேடிபிடித்து

அவள்பாதம் வீழ்த்தினாளே-யரிவை

கூற யேது பொருள் மென்மை பாதமதே !!

புரியாச் சமிக்கையது கண்கள்

மீட்டும் வீணையழகது -அதை

பேணு மோவியமே மயக்கும் மாயா மையே

இதிலெங்கு போதையுற்றேனோ?

மீளா மயக்கத்திலே மதுவுமற்று – உன்

நினைப்பு குருதிசென்று உச்சமடயுதோ?!

உன்னெளிமையிலினு முன்

யாதுமறியா பேதமையி லேதான்

பேசும் நொடியிலில்லை பேசும் விழிகளிலே

வீறுநடையிலில்லை வீசும்காற்றினிலே

உன் னாடை யலையுமழகிழே

உன் சேரா ஓரசிகையது.. யேது நானுரைக்க

மாய நோயிடத்தே மாட்டிக்கொண்டேனோ

என்னியல்பு நிலையது முரணாகுதே

வீழ்ந்தேனே மீள்வேனோ? முயற்சியற்றவன்!!

முரளி பழனிச்சாமி

என் காதல் தோல்வி!!!

அவனுக்காக காத்து இருந்த
என் இரவுகளுக்கு தெரியவில்லை
அவனை மறக்க இயலாமல்
ஒரு நாள் விழித்து
இருப்பேன் என்று!!!
அவன் என்னை விட்டு செல்ல
நினைக்க கூட மாட்டான்
என்ற என் எண்ணம்
இன்று பொய் ஆனது!!!
உனக்காக இருப்பேன் என்று
அவன் சொன்னா வார்த்தைகள்
இன்றும் என் நெஞ்சில் ¡¡¡
பல நாள் ஓடியது
அவன் நினைவுகள் மட்டும்
என் வாழ்வின் ஒரு பகுதி ஆனது!!!
என் மறதியும் தோற்றது
அவன் ஞாபகங்களில்!!!
அவன் என் கண்ணீர் துடைக்க
வந்தவன் என்று இருந்தேன்!!
இன்று என் கண்ணீருக்கு காரணம்
ஆகி போனான்!

சத்யா

என் தேசம்

திறனுள்ள மருத்துவர்கள்

திரளாக குவிந்ததினால்

அழுகையை எதிர்பார்த்து

ஆள் தேடும் எரிவனங்கள்

சாதியத்தை சாகடிக்க

சவுக்கடியாய் சட்டங்கள்

கல்வி என்ற ஆயுதத்தால்

களையெடுத்த பேதங்கள்

கலாச்சாரக் கதைகளை

கவிழ்த்து விட்ட காரணத்தால்

திருநங்கை திருமணங்கள்

தடையற்ற மறுமணங்கள்

மழலைகள் மத்தியிலே

சுத்தம் பற்றி விழிப்புணர்வு

மழுங்கடிக்கப்படும் ஓர் நாள்

தேசம் மீது வெறுப்புணர்வு

ரா. க. அருண்வர்ஷன்

என் பாரத நாடு

பொது உடைமை கண்ட
பாரதி கொண்ட நாடிது..
திறமை கொண்ட
அக்னியால்
கலாமிற்கு சலாமிட்ட நாடிது...
சூரிய வெப்பம் போல்
நுட்பத்தில் ...
தொழில் நுட்பத்தில்
எரிகிற நாடிது...
எரியும் வெயிலில்
வேளாண்மையில்
விளக்கேற்றிய நாடிது...
கத்தி ஏந்தி
துப்பாக்கி தூக்கி
போனதாய் சரித்திரம் இல்லையடி..
சமாதானம் சதையாய் பின்னிப்
பிணைந்த நாடடி!
எம்மதமும் சம்மதமாய்
எம்மொழியும் சவுக்கியமாய்
சங்கமிக்கும் நாடு
என் பாரத நாடு...

தமிழ் ஓவியம்

என்னவன்

அன்பில் மலர்ந்து

ஆத்மாவில் இணைய

இல்லறத்தில் தொடங்கி

ஈருயிர் கலந்து

உணர்வும் ஊனும் உனக்கென

என்னவனே !

ஏங்கிகிடக்கிறேன்

ஐந்தாயிரம் நாட்களாக ,

ஒற்றை (உன்) நினைவில்

ஓடி வந்துவிடு இப்பேதையிடம்

சுமையாகிய கண்களும்

உன் பாதை நோக்குகின்றன

கள்வனே

காத்திருக்கிறேன் நீ வரும் நொடிக்காக

நம் கைகோர்க்கும் கணத்திற்காக

முப்பொழுதும் உன் நினைவில்

உன்னவள் !

ப. அருள் ராமலசுக்ஷ்மி

என்றும் தொடரும் இந்நட்பு

இன்பம் என்ற வித்திட்டு

பல்வகை நீரால் நனைக்கப்பட்டு

ஒற்றுமை எனும் வேரால் ஊன்றப்பட்டு

முளைத்த பூக்கள் நாம்.

பிறப்போ வெவ்வேறு வயிற்றில்

வளர்ப்போ பல்வகை கோணத்தில்

படிப்போ ஒரே வகுப்பில்

கற்றவையோ பல்வகை அனுபவங்கள்.

பிரிவிற்கான சந்தர்ப்பங்களை உருவாக்கினோம்

மீண்டும் சேர பல நாட்கள் காணவில்லை

ஒன்று சேர்ந்தமைக்கான காரணம் அறியோம்

காரணம் தெரிந்தாலும் பெரிதுபடுத்தவில்லை.

பள்ளி நாட்களை வெறுத்த நாம்

பரீட்சைகளை கண்டு அஞ்சிய நாம்

நட்பால் கிடைக்கும் இன்பத்திற்கு முன்னால்

இவையனைத்தையும் மறந்து நின்றோம்.

பள்ளியில் சந்தித்த நாம்

நட்பு எனும் புண்ணியஸ்தானத்தை பெற்று

இன்பத்திலும் துன்பத்திலும் பலவற்றை கண்டு

இன்று பள்ளியின் இறுதி காலங்களில் நின்றாலும்

இவ் உறவு தொடரும்.

ரட்னேஷ்வரி சூரியகுமார்

எனது கனவில் கிராமம்

எங்கு பார்த்தாலும் பச்சபசேலென்று மரங்கள்

!அதிலமர்ந்து இனிமையாக கவி பாடும் பறவைகள் !

எல்லையில் காவல் காக்கும் காவல்தெய்வங்கள்!

வேம்பு மரத்தில் தொட்டில்

கட்டி தாலாட்டும் தாய்மார்கள்!

வண்ணத்துப்பூச்சியின் பின்னால் ஓடும் குழந்தைகள்!

படிப்பறிவு இல்லாவிட்டாலும்

அனுபவறிவு மிக்க மக்கள்!

தென்றலின் மடியில் தன்னைமறந்த காதலர்கள்!

வயலில் சலசலவென்று ஓடும் பாசனக் கால்வாய்கள்!

அதை முத்தமிட்டு இருபுறமும் இருக்கும் வரப்புகள்!

நாட்டுப்புற பாடலை பாடிக் களையெடுக்கும் பெண்கள்!

அப்பாட்டிற்காடும் நெற்மணிகளை உடைய புற்கள்!

நகரத்திலிருந்துக் கொண்டு

கிராமத்தை கவியெழுதும் கவிஞர்கள்!!!..

துர்கா ஜெயசமுத்திரம்

ஏழ்மையின் வேர்கள்

அழிக்க நினைத்தான் பகலை

ஏழ்மையின் சூழ்ச்சியால்.

அழைக்க நினைத்தான் இரவை

கனவின் தரிசனத்தால்.

சோற்றை கண்டு

கவலை இல்லை.

சோதனை உண்டு

கட்டுப்பாடு இல்லை.

வேரில்லாமல் ஒரு மரமா!

வேதனையில்லாமல் ஒரு வாழ்வா!

வேதனையே இவன் வாழ்வா?

வறுமையில் ஆறுதல்

இயற்கையின் உரையாடல்!

வாழ்க்கையில் மாறுதல்

ஏழையின் வேண்டுதல்!

பொன்.கலையரசன்

கடிகார காதல்...

பிரபஞ்ச காதல்

ஓட்டம்.....காலத்தோடு.......

ஆதவன் அழையாமல்

வந்தும்.....

வான் நிலா வட்டமிட்டு

வந்தும் ....

வட்டிக் கேட்குது ....

இரவெல்லாம் புள்ளி

வைத்து ஒளி தர .....

கை பிடித்த காதலி

காலம் என்பதால் ....

கடிகாரம் தன்

மணி துளிகளை

இருவருக்கும் பிரித்துவிட்டு...

காலத்தோடு கைப்பிடித்து

நிற்காமல் பயணிக்கிறது.....

தனஜெயன்

கட்டிடவியல் பொறியாளன்

புழுதி காத்துல மூச்சுவிட்டு

சகதி மண்ணுலதான் நடந்துகிட்டு

ஆணி குத்துனாலும் ஏத்துக்கிட்டு

அழுக்கு சட்டையிலதான் சுத்திக்கிட்டு

கை காலுல எல்லாம்

சிமிண்ட பூசிக்கிட்டு

கிடைச்ச சோற கிடைக்குற

நேரத்துல சாப்பிட்டுக்கிட்டு..

அடிக்கிற வெயிலையும்

தலையில ஏத்திக்கிட்டு

அஞ்சு மாடியையும் அம்பது

தடவை ஏறி இறங்கிக்கிட்டு,

உட்கார நேரமில்ல, உட்காரவும்

நெனைச்சது இல்ல,

அப்படியே உட்கார்ந்தாலும் செங்கல்லே

நாற்காலினு உட்கார்ந்துகிட்டு..

பள்ளம் பார்த்து பயந்ததில்ல,

உயரம் பார்த்தும் வியந்ததில்லனு

வாழுறானே அவன்தான்

கட்டிடவியல் பொறியாளன்

இன்பரசு சௌந்தரராசன்

கண் விழிக்கும் நேரத்தில்

முகம் பார்க்கும் கண்ணாடியாய்!

உன்னிரு விழிகள்..என்னை !நானே,

பார்த்து ரசிக்கிறேன் கண்களின் வழியாக....

என்னவளே! என் காதோரம்,

கேட்டிட வேண்டுமடி...சங்ககீதம் பாடும்

உன் கொலுசின் இசை!

காலை நேர ராகமாய்.....

மெல்லிய இடையாளே,

ஈரம் கோர்த்த கூந்தலை!

உலர்த்திய படியே,

நீ தரும் தேநீர்..பருகிய படியே நான்,

அலங்கரிக்கப்பட்ட சிற்ப சிலையாக

அறைக்குள் நுழைகிறாள்...கூந்தலில்!

மணக்கும் மலர்கள் சூடி..செவிகளில்!

குலுங்கும் ஆபரணங்கள் அணிந்து

நிலாநெற்றியின் நடுவே! சிறிய பொட்டிட்டு....!

வானவில் வண்ணங்களில் கை

வளையல்கள் ஆட......

பூ வண்ணமிட்ட! புதுசேலையில்

என் வீட்டின் உள்ளே,

தேவதை! ஊர்வலம் வருகிறாள்.....

கோமதி

கண்டு அறிய முடியவில்லை

உன் அழகு என்னும் கடலில்

விழுந்தேன் நான்

அதன் ஆழம் அறிய அல்ல

உன் நீளம் அறிய...

உன்னை கான முடியா

என தெரிந்தும் போகின்ற

பாதையில் நீ வருவாய்

என்ற நம்பிக்கையுடன்...

நீந்தினேன் வெகுதூரம் கடைசிவரை...!

நான் கண்டு அறியமுடியவில்லை

ஏன் தெரியுமா ?

உன் அழகு அழவற்ற

தூரம் மூழ்கி கிடக்கும்..

உன் காதல் என்னும்

வலையை போட்டு காப்பாற்றுவாயாக..

சாய்சதிஷ்

கண்ணாடி

கண்ணாடிகளுக்கு காது கிடையாது

ஆனால் வாய் உண்டு

உங்கள் ஒப்பனைகளை வாங்கி சரிசெய்து

உங்களிடமே ஒப்படைக்கும் நேர்மை

ரசம் தேய தேய சுவரின் முகத்தை

நமக்குக் காட்டுகிறது கண்ணாடி

தன் மீது விழுந்த கல்லையும்

பிரதிபலித்து விட்டே

உடைய சம்மதிக்கிறது அதன் இயல்பு.

ஒரு கீறலுக்கு இரு பிம்பம் வீதம்

சில்லுகளாய் கிடக்கையிலும்

பிம்பங்களின் பிரதிகளாய் கிடக்கிறது.

கண்ணாடி உண்மையை மட்டுமே பேசுகிறது!

ஆகையால் தான் அதன் முன் நாம்

எளிதில் திருப்தியடைவதில்லை

இளந்தென்றல் திரவியம்

கனவில் நீ

கண்களை மூடி

கண்ணுயர நினைத்தேன்

கற்பனை ஓவியத்தில்

கனவாய் வந்தாய்...

பசுமை சூழ

பட்டாடை சூட

பட்டாம்பூச்சி சூழல

பார்வையில் வந்தாய்...

நிசப்த வேளையில்

நிதானமான நடையினிலே

நிரந்தர குடிலமைத்து

நியாபகமாய் வந்தாய்...

முழுமையான துயலில்

முத்தான மேனியினில்

முட்டாளாய் மாற்றியே – உயிர்

மூச்சாய் வந்தாய்...

அனைத்தையும் கண்டு

ஆனந்த கூச்சலிட்டு

ஆசையுடன் விழித்துவிட்டேன்

அனைத்தும் கனவென மறந்து........!!!

ஜெயஸ்ரீ

கலியுக கடவுள் தந்தை

நீங்கள் கவிதை அல்ல

வாழ்க்கையின் யதார்த்தம்!!!

உம்மை படிப்பதற்கு நீங்கள் ஒன்றும்

உரைநடை அல்ல!!!

காணக்கிடைக்காத பொக்கிஷம் அய்யா நீர்!!!

இவ்வையகமே படித்து முடித்திடாத

பெருங்காப்பியம் அய்யா நீர்!!!!!!

கவிதை என்னும் வரிகளால்

காகிதத்தில் அடக்கமுடியாத

கடவுள் அய்யா நீர்!!!!!

கண்கள் காணாதே கடவுளை விட

கண் முன்னை காணும்

கலியுக கடவுள் அய்யா நீர்!!!!

தந்தைக்கு நிகர்

எமனும் இல்லை

சிவனும் இல்லை !!!

கற்றது தமிழ்

ரா.குமரேசன்

41

காதல் காற்றாய் அவள்

வைகை ஆத்தங்கரையிலே

வீசும் சாரக் காத்து

உன் அழகில் அரும்பெல்லாம்

குலுங்குது பூத்து

யாரு எவருனே

தெரியல அரியல நேத்து

இனி தினமும் உறங்கவா

மடியில் தலையை சாய்த்து

குளிரும் பானமாய்

உரையுது உந்தன் பேச்சு

கூறும் வாளென

வீசுது பார்வை வீச்சு

உன் காதலை தேடி

அலைகிறதே என் மூச்சு

உனை கவிதை எழுதி

கைகள் ஆனது காச்சு

காதல் கிருக்கன்

காதல் கிறுக்கு

நீ நீயாக இருந்ததால்,
நான் நானாக இல்லை...!!!
நான் நானாக இருந்திருந்தால்,
நீ என் நினைவில் இருந்திருப்பதில்லை...!!
நீ நீயாக இல்லாமலிருந்தால்..
நான் நானாக இருந்திருப்பேன்...!!!
நான் நானாக
இல்லாமலிருந்ததால் தான்....
இன்று....
நீ நீயாக இருக்கிறாய்... !!!
என் வழியில்
நீ நீயாக வந்தாயா – இல்லை
உன் வழியில்
நான் நானாக வந்தேனா?
எல்லாம் தான் தானாக நடந்தது
நீயென்ன?
நானென்ன?
நான் நீயாக வேண்டும் !!!
நீ நானாக வேண்டும் – காதல்
அது தானாக தானே
வ(ள)ர வேண்டும்!!!!

ஸ்ரீ தீபன்

காதல் சொல்ல வந்தேன்

அழகே!

காதலால் உன்னை கண்டேன்,

ஆதலால் அந்த காதலை சொல்ல

உன்னையே சுற்றி வந்தேன்,

காதலுக்கு பிறந்த குழந்தை நான்

அதனால்தான் ஏதோ தயக்கம்

ஏற்பாயா மறுப்பாயா என்ற குழப்பம்

ஆனாலும் விடவில்லை காதல் மயக்கம்,

என் காதலை கூற வந்தேனடி

என் கண்களும் காதலை சொன்னதடி

என் மௌனமும் காதலை பேசியதடி

இருப்பினும் புரியாததுப்போல் நடிப்பது ஏனடி

புரியவில்லை எனக்கு தானடி,

காதலை எளிதாய் மறைத்திடலாம்

ஆனால் மறந்திட முடியாது எந்நாளும்

என்னாலும் – காத்திருக்கிறேன் உனக்காக........

குட்டி இதயம்

காத்திருப்பேன் நான் காத்திருப்பேன்

மௌனத்தில் நீ இருந்தால்

உன் வார்த்தைக்கு காத்திருப்பேன்

தூரத்தில் நீ இருந்தால்

உன் வருகைக்கு காத்திருப்பேன்

துயரத்தில் நீ இருந்தால்

உன் புன்னகைக்கு காத்திருப்பேன்

நிலவே என் முன் தோன்றினாலும்

உன் அழகை ரசிக்க காத்திருப்பேன்

காலம் அது மாறினாலும்

யுகங்கள் பல கடந்தாலும்

கிழக்கில் தோன்றும் சூரியன்

மேற்கில் மறையக் காத்திருக்கும்

நிலவைப் போல உனக்காக

காத்திருப்பேன் என் அன்பே

வெங்கடேஷ்

காலத்தை கடந்து நிற்கும் கல்வி

கண்களேந்திய கனவுகளுடன் கல்வியறிவேற்க

இளமையில் கல்லென்ற இனியமொழிக்காக

இரவுபகலெல்லாம் இமையாது இயைந்திட்டேன்!

இன்னலை எல்லாம் இமை மூடும் தூசெனக்கொண்டு

இமய மலையையும் இயல்பாக கடந்திட்டேன்!

கல்விக்கரையில் சிலகாலமே கரைந்திட்டாலும்

கல்விக்கடலில் காலமெல்லாம் கலந்திட்டேன்!

வாய்மொழி வாக்கியங்களை வாழ்க்கையாக்கி

வாழையடி வாழையாய் வளர்ந்திட்டேன்!

சொல்புதிது பொருள்புதிது கொள்கைபுதிதென

மாண்டார் மாண்புகளைப் பெரிதென்றேன்!

ஒளிரும் ஒளிவிளக்காக ஒழுக்கத்தைக்கொண்டு

ஒழியாத ஒல்காப்புகழ் ஒளிர்விட வேண்டினேன்!

இதயநாதமான இலக்கியங்களை இயன்றளவு

இதழ்விட்டு இன்பச்சுவையில் இழைந்தேன்!

கம்பநாடனையும் கவிப்பேரரசையும் கவிதையில்

காலமெல்லாம் கடந்து நிற்கக்கண்டேன்!

காலங்கள் கடந்துநிற்கும் கல்வியைக்

காலமெல்லாம் கைக்கொள்ள விழைந்தேன்!

முனைவர். அ. இராஜலட்சுமி

காலைக்காட்சி

அதிகாலைக் கதிரவனின் எழில்மிக்க கோலமதில்

அருவியெல்லாம் தங்கமாக மின்னக் கண்டேன்

மதுரகவி இசைத்தபடி முன்றினிலே கோலமிட்டு

மகிழ்வாக வரவேற்கும் பெண்ணைக் கண்டேன்

பொதிகைமலைத் தென்றலது இதமாகத் தாலாட்டப்

புத்துணர்ச்சி அகமெங்கும் பரவக் கண்டேன்

குதூகலமாய் மானெல்லாம் மிடுக்கோடு நடந்துசெல்லக்

குவலயமும் அதிசயித்து நோக்கக் கண்டேன்

கண்கவரும் சோலையிலே அழகாய்ப் பூக்கள்

கதிரவனின் ஒளிபட்டு மின்னக் கண்டேன்

வண்டுகளும் ஆங்காங்கு பறந்து சென்று

வண்ணமலர் மேனியிலே தவழக் கண்டேன்

திண்டாடும் தண்டுகளும் அசைந்து மெல்லத்

திக்கெல்லாம் அசைகின்றக் காட்சி கண்டேன்

கண்மயக்கும் காட்சிதனைக் கண்ட வெய்யோன்

கதிரினது வெப்பத்தைக் குறைத்து நின்றான்

நிர்மலா சிவராசசிங்கம்

கைம்பெண்

வாழ வேண்டிய வயதில்

வாழ்க்கை முடிந்தது.....

கைம்பெண்ணாய் வாழ தள்ளியது

மறுமணத்திற்கோ மனம் இல்லை....

என் குழந்தையை

ஏற்க முன்வராததால்.....

மக்களின் கண்ணோட்டம் ஒரு பக்கம்

ஆணின் இச்சை பார்வை மறுபக்கம்

எங்கும் செல்லாமல் ஒதுக்கப்பட்டவளாய்....

தனிமையின் இருட்டறையில்

எண்ணங்களோடு போராட்டம்.....

அத்தனையும் மறைத்து

என் பிள்ளையை நினைத்து.....

தேற்றுகிறது என் இதயம்!

சரண்யா லுன்னா

சமத்துவம்

கன்னியோ காளையோ

கற்புநெறி கற்றல் வேண்டும்

சமயமோ சாத்திரமோ

சமநிலை செழிக்க வேண்டும்

டம்பமோ தரித்திரமோ

டம்பையிலே மடிய வேண்டும்

தாயோ தாரமோ

தவறா தரிசனம் வேண்டும்

படித்தவனோ பாமரனோ

பணிவு பெருக வேண்டும்

நகர வல்லினத் தமிழாய்

உ(ற)விலே சமத்துவம் செதுக்குவோம்

மனமில்லா மதம் வேண்டாம்

குணமில்லா குலம் வேண்டாம்

வீதிக்கொரு சாதி வேண்டாம்

சகோதரம் பேணுவோம்,

சமத்துவம் காப்போம்!

காவியா

சாமானியனின் போராட்டம்..!

இறைவா, எங்கும் எதிலும்

போராட்டம் கலந்த வாழ்க்கை!

ஓராண்டாக கொரோனாவுடன்...

அடிப்படை தேவைக்கு ஆளும் அரசுடன்...

புலம் பெயர்ந்த தொழிலாளர்கள் உணவிற்க்கும்...

நோயுற்றவர்கள் நோயுடனும்...

மனிதர்கள் மரணத்துடனும்...

மாணாக்கர்கள் தேர்வுடனும்...

இளம்பருவத்தினர்கள் காதலுடனும்...

தொழில் முனைவோர்கள் கடனுடனும்...

சாலையோர மக்கள் அன்றாட வாழ்க்கையிலும்...

கணவண் மனைவிடமும்...

மாமியார் மருமகளுடனும்...

எப்போது முடிவுறும் இப்போராட்டம்?

வாழ்வில் போராட்டம் கடந்து...

போராட்டமே வாழ்க்கையாகிற்று

இறைவா நீயே இதற்கு தீர்வாகும்.!

தட்சணாமூர்த்தி கோபி

சுயநல மானுடம்

இரவும் பகலும் மாறாமல் இருந்தால்,

இவ்வுலகு உன்னதம் அடைந்திடுமோ?

நன்மையும் தீமையும் வாராது இருந்தால்,

இவ்வாழ்வு வளமை பெற்றிடுமோ?

பெருமையும் சிறுமையும் காண்போர் கண்களில்,

ஏற்றமும் தாழ்வும் பார்த்திடா வாழ்வு,

வாழ்வென எண்ணிட இயலாத ஒன்றே,

மனமது தெளிய ஆலயம் சென்றாய்,

குணமது மாறியே குற்றத்தைப் புரிந்தாய்,

வாழ்க்கைக் கதவினைத் துன்பங்கள் துளைத்திட,

இறைவனை அன்றே வாடகைக்கு எடுப்பாய்,

ஆறறிவு பெற்ற மானுடப் பிண்டமே,

இன்பத்தில் இறைவனை தேடாது-நீ

துன்பத்தில் மட்டுமே தேடிச் செல்கிறாய்?

உமக்குரிய நாளில் வேண்டிய வேலையில்,

உனக்கான வரத்தை எதற்காக தரவேண்டும்?

கந்தவேல் பிரபாகரன்

தந்தையின் ஆசை

தாய் வயிற்றை உதைப்பவனே

நீ எப்பொழுது உதயம் காண்பாயோ?

உன் சின்னஞ்சிறு விழிகளால்

என்னை உற்றுநோக்க ஆசை

உன் பிஞ்சு கைகளினிடையே

என் விரல் கோர்க்க ஆசை

உன் பஞ்சுமெத்தை கண்ணத்தில்

நான் கொஞ்சி விளையாட ஆசை

உன் மழலையை என் செவிகள்

தாங்க ஆசை அந்த செவியோரம்

நீ முத்தமிட ஆசை இத்தனை

ஆசைகள் என் நெஞ்சில் அலைபாய

அப்பாவியாய் காத்திருக்கின்றேன்

அப்பா என்று நீ ஆசையாய்

அழைப்பதைக் கேட்க

குட்டிபாலாஜி

தனிமை!!

காலத்தை முன்னும் பின்னுமாய்

கடத்திக் காண்பிக்கிறது!

எச்சிலும் கசத்ததடா!

இருக்கையும் நொந்ததடா!

தனிமையோ கொன்றதடா!!

சிரிப்பும் அழுகையும் சேர்ந்ததடா!

ஒளியும் இருளும் இணைந்ததடா!

இங்கு தனிமையால் துன்பப்படுபவனும் உண்டு,

ஐயகோ!! என துன்பத்தால் தனிமையை

நாடுபவனும் உண்டு!!

கவிஞனுக்கோர் தீனியாகவும் இருப்பாய்!!

நீ வாழ்வாயாக! தனிமையில் புதுமையாய்!

நீ பலரை வாழ்வில் உயர்த்துகிறாய்

பலரை உழன்று கலங்கவும் வைக்கிறாய்!!!!

தனிமையிடம் பேச ஏதுமில்லை

தனிமையை தவிர யாரும் இல்லை

தனிமையை காலால் கடத்தவும் இயலவில்லை!!!!!

வைகறையும் கடந்தது, வானமும் இருண்டது.

தனிமையே நீ மட்டும் மாறவில்லை!

அரவிந்தன்

துரோகம்

தூறலாய் வந்த

துரோக மழைத்துளி

துடிப்பிலா பனிக் கட்டிகளாக

உறைந்து நின்றது...!

இதோ காரணம்..!

மனிதனின் மாறுதலான

மனோபாவம்,

மனதுக்குப் பிடித்தவரை

மண்டியிட வைத்தது

மாறுதலான மாய கதவை திறந்து...!

இது அல்லவா துரோகம்...!

துரோகத்துக்கே துரோகம்

திறப்பதனால் என்னவோ

துடிப்பில்லா பனிக்கட்டிகலானது...!

அமிர்தா

தெகிட்டாத காதல்

வழியெங்கும் சொக்கி தவழ்ந்த கவிதை
எல்லாம் அவளை கண்ட முதல்
பார்வையில்...
கனம் கொண்ட பாறையை கடந்து
ஓடும் நீரோடை போல்
அவளிடமே சரணடைந்தது !!
நட்பாய் தொடங்கிய பேச்சுகள்
காலம் கடந்து சென்ற பின்
காதலுடன் காவிய பேச்சுகள் ஆனது
கொஞ்சி பேசிட எண்ணி
நெகிழ்ந்த அவளின் வெட்கம் எல்லாம்
பலர் பார்வை பட்டு பட்டே
பாழாய் போனதடி
அறிமுகமில்லா நபருடன்
அரங்கத்தை சுற்றி யாவரும்
விரும்பி வந்த தருணம் பேரழகு
ஓரவிழியில் விடைபெற்றதோ உனதுகாதல்
ஏதோ ஒரு சமயத்தில் உனது விழி
வழி தெரியாமல் படும் போதெல்லாம்
விடை அறியாமலே வளர்ந்து கொண்டே
நகர்கின்றன எனது காதல்

கணேசன்

தொண்ணூறுகளின் காதல்

அன்று தொலைந்த என்

இதயத்தை இன்று;

ஒரு இருளில் கண்டேன் உடைந்தேன்;

என் இதயத்தை அவள் பரித்து சென்றாள்;

என நினைத்து இருத்தேன் இப்படி;

வீதியில் வீசிட்டு போவால்

என நினைக்கவில்லை;

நாகரிக உலகில் பிறந்த காதலியே;

நானும் உன்னை காதலித்தேன் ;

நாளும் உன்னை நினைத்து வாடினேன்;

அழகான வார்த்தை தேடி

கவிதை படைத்தேன்;

வீணானது என் கண்ணீர் துளி;

வீணானது என் கற்பனைகள்;

வீணானது என் காதல் கவிதைகள்;

நீ வருவாய் என வலிகளை மறைத்தேன்;

உனக்காக பொய்யாக சிரித்தேன்;

உள்ளத்தில் சிதைந்தேன் பிறகு தான்;

தெரிந்தது நான் மட்டும் இல்லை;

90'S பிறந்த காதலே இப்படி தான் என்று.

கவிதை கிறுக்கன்

நான்கு கால் காதலன்

பொய்நிறை வஞ்ச உலகின்

மெய்நிறை அன்பின் பாத்திரம் இவன்

வாஞ்சையோடு வாலாட்டி வரும்

வாழ்வின் பூரணத்துவம் இவன்

என் ஆலகால போதையும்

என் தீராக் காதலும் இவன் தான்

இவனது எதிர்பாரா எதார்த்த அன்பிற்கு

இவ்வகிலத்தையும் அடிமையாக்கிடுவேன் நான்

அண்டமெங்கும் காணக்கிடைக்காத இவன் மேல்

எனக்கொரு அலாதி பிரியம் தான்

இம்முழுநிலவு என் மடியமர்ந்துறங்க

இப்பிறப்பின் முக்தியடைவேன் நான்

நானிலத்திலும் நன்றியுடைய இவனின்

முதலும் முடிவுமாகிய முழுமை நானேதான்...!!

காயத்ரி

நாளும் நேரமும் தேவை இல்லை..

நாளும் நேரமும் தேவையில்லை...

நன்மைகள் செய்வதற்கு !

நன்றியை கூறுவதற்கு !

நம்பிக்கையை விதைப்பதற்கு !

நற்செயலை பாராட்டுவதற்கு !

நற்காரியங்கள் ஆற்றுவதற்கு !

நலிந்தோருக்கு உதவுவதற்கு !

நல்லொழுக்கத்தை போதிப்பதற்கு !

நற்சொற்களை பேசுவதற்கு !

நற்கருணை கொள்வதற்கு !

நயவஞ்சகத்தை அழிப்பதற்கு !

நல்வாழ்க்கையை அமைப்பதற்கு !

நல்முயற்சியை தொடங்குவதற்கு !

நம் பெற்றோரை பேணுவதற்கு !

என்றுமே நாளும் நேரமும்

தேவையே இல்லை....

இசக்கித்தாய் செந்தில்

பால்மையற்ற பேரன்பு

யாமும் நீயும் பிறிதன்று,

அன்பில் யாதும் கொடியதன்று,

புவியும் உமக்கு உரியதன்று,

ஓர்பால் அன்பும் தவறன்று,

உயிர்கள் யாவும் சமமிங்கு,

பால்மை கடந்த எம்மன்பு,

நிகரற்ற நிகர்மையே எம்மாண்பு,

காணியில் நீதி நிறுவி,

அன்பினில் நீந்தி மருவி,

மனிதம் மீட்டுத் தழுவி,

மனக்கழிவை நீக்கி கழுவி,

சமத்தினை எய்திட முற்படு,

அன்பே நிலையென மேவிடு,

தன்மை இயல்பென கூவிடு,

அறம் நிறுவி மகிழ்ந்திடு

பால்புதுமையும் -

தவறல்ல தெளிவுறு !

சுந்தரபாண்டியன்.பா.சு

பிரியா விடை

மனதை வதைத்து மௌனத்தை

மட்டுமே பரிசளிக்கும் நாட்கள்...

காலாவதியாகும் நாட்கள் காலவரையற்ற நாட்களாக....

மாறாதா என ஏங்கும் மனம் ...

பேசி சிரித்த நாட்களை பேரம் பேசியாவது

வாங்க வேண்டும் என்பது என் எண்ணம் ...

கழித்த நாட்களை திருப்பித் தரவே

மாட்டேன் என்பது காலத்தின் எண்ணம் .....

கரும்பலகை மேல் காதல்வசப்பட்டேன்...

கண்ணே மணியே என காதல்

கண்டும் காணாமல் இருந்து விட்டது.......

ஏன் என்று வினவினேன் கோபத்துடன்....

வருட இறுதியில் வகுப்பிற்கு ஒருவர் என்றது......

காலத்தின் சூட்சுமங்களை கைக்கட்டி ரசித்தேன்...

எம் பள்ளி வாயிற்கதவு முதல்

வகுப்பறை தூசி வரை...

எதை வேண்டுமானாலும் வினவி பாருங்கள்...

கதை சொல்லும் என் பள்ளி நாட்களை...

இந்நாட்களை பிரிய மனமில்லாமல்

வெரும் விடை மட்டும் கொடுக்கிறேன் ....

பிரியா விடையாக.........!!!!!!!!

நிலா

புதிய தேசம் புதுப் புது உறவுகள்

முகமறியா ஓர் பயணம்

முகவரியும் தெரியவில்லை இன்று

விடை பெறும் நாள்

விழி சிந்தி இருக்கின்றோம்

முதல் முதலாய்

என் பள்ளி தோழியுடன் ஓர் பயணம்

தார் சாலையை நோக்கி

பாதைகள் அறிந்திருந்தாலும்

பயம் என்னை விட்டு செல்லவில்லை

புதிய தேசம் புதுப் புது உறவுகள்

புரியாத மொழியில் சிக்கிக் கொண்டோமா

என்ற பயம் என்னுள்

ஒற்றைக் குடைக்குள்

ஓராயிரம் மழைத்துளியைப் போல

புரியாதளவு நகைச்சுவையாய் நாட்கள் நகர்ந்தன

வெட்ட வெளியில்

வெயிலும் இல்லாது அலைந்து திரிந்தோம்

அதுவும் இக் காலமே

சட்டென்று விழித்தாற் போல

சஞ்சலமாய் எம் மனங்கள் கலைந்து

கா.ய.பாலசந்தர்

புதுமையான தேசத்தில் நான்

சிறு வயதில் நான் குளித்த ஏரி

இன்று புதிய தெருவாய்

மாறிப் போனது

புதராய்க் கிடந்த

புறப்போக்கு நிலமெல்லாம்

பூக்களாய்ப் பூத்துக் குலுங்குகிறது

அஃது அரசியல்வாதின்

தோட்டத்து வீடாம்

என் அலமாரியில் அடுக்கி

வைத்திருந்த புத்தகங்கள்

என் மகளுக்கு அலங்கார பொருளாம்

நாலு தெரு பிள்ளைகளும்

ஒன்றாய் ஓடி ஆடி விளையாடுவோம்

என்றேன் – பேத்தியோ

நாலு லட்சம் பேர் விளையாடும்

விளையாட்டு செயலியை காட்டி சிரித்தாள்

புதுமைகள் தரும் தேசமிதுதானோ!

என் பழமைகளை நினைத்தபடி

நானும் புதுமையான தேசத்தில்

ஓர் அன்னியனாய் வாழ பழகினேன்..

ஷர்மிளா மதுரை

புத்தகமும் நானும்!!!

பொறாமை இல்லா நட்பு!

புதுமையை படைக்க

எனக்கு உன் காலடி!

இந்த ஜென்மத்திற்கு நீ

எனக்கு போதுமடி!

வீழ்ந்த போதும் உரு துணை நீயே!

எழுந்ததற்கும் துணை நீயே!

இரவின் வெள்ளி நிலவும் நீயே!

என் வாழ்வின் சுடர் ஒளியும் நீயே!

நூலகத்திலேயே வசித்தேன்

புத்தகத்தையே சுவாசித்தேன்!

தனிமையின் ராணி

எனக்கு புத்தகமே தரணி!

நான்அழிந்த பின்னும்

என்றுமே அழியாத பொக்கிஷம் நீ!!

ஸ்ரீநிதி.

பெண்மை

நும் விரலுக்கு பதில் மலரைப் படைத்தாரோ!
உன் மடிக்கு பதில்
வானை மடித்துப் படைத்தாரோ!
உன் குரலுக்கு பதில் வீணையின்
இசையைப் படைத்தாரோ!
உன் சொல்லுக்கு பதில்
குயிலின் கவியைப் படைத்தாரோ!
உன் கண்ணுக்கு பதில்
அந்த இறைவனே குடிவந்தாரோ!
மழலை மணம் மாறா மலர்
மார்பை எட்டி உதைத்த மகள்!
பெருமை எனும் பொக்கிஷம் பெற்று
அன்பும் அமைதியும் சீராய்ப் பெற்று
துணைவரின் துயர் துடைத்த துணைவி!
மனிதனைப் படைத்த தேவதை
உலகை ஆளும் தாரகை
பெண்மையை முறைப்படுத்தும் தாய்!
உலக நடையை அறிந்து
வழிநடத்திச் செல்லும் வழிகாட்டியாய்
எட்டு காலூன்றி மண்ணைச் சேர்ந்து
முற்றுப் பெற்றது பெண்மை.

பாரதிகண்ணம்மா

மழைக்காலம் ...!

அந்திமாலை

ஆனந்த வேலை

வானில் கொதிக்கும்

நெருப்புப் பந்தோ

பதுங்கத் தொடங்க

கூக்குரலிட்ட குருவிகளும்

கூட்டுக்குள் குடியேற

சேமித்த உணவுகளை ருசி கொள்ள

சின்னஞ்சிறு எறும்புகளும் ஆர்வம் காட்ட

அகவிய மயில்களும்

தோகை விரித்து ஆட

மேகங்களும் ஒன்றுகூடின

என்ன நிகழ்கிறதென்று அறியாமல்

குழம்பிப்போன எனக்கு சில்லென்ற காற்றோ

என் செவியோரம் வந்துறைத்தது

மழையே என்னை மகிழ்விக்க

நீ வருகிறாய் என்று.

கருவாயன்

முடியவில்லை

மங்கையான என்னை நான் இழந்ததையும்

மாலையாக உன்னுள் நான் வளைந்ததையும்

மறக்க முயல்கிறேன்... முடியவில்லை...

விந்தையாக என்னுள் நீ நுழைந்ததையும்

வீணையாக உன்னுள் நான் இசைந்ததையும்

மறக்க முயல்கிறேன்... முடியவில்லை....

துரும்பாக உன்னை நினைத்து இலகியதையும்

தூரமாக என்னைப் பிரிந்து விலகியதையும்...

மறக்க முயல்கிறேன் முடியவில்லை...

சொற்களாக நாம் இணைந்ததையும் பின்

சோகமாக நான் அலைந்ததையும்

மறக்க முயல்கிறேன்...முடியவில்லை...

மையலுற்று நான் இழந்ததையும்

மௌனமாக உன்னுள் திகழ்ந்ததையும்

மறக்க முயல்கிறேன்... முடியவில்லை...

ஏனோ உன்னைக் கண்டதும்

தொடங்கிய இந்நாடகமோ

இன்னும் முடியவில்லை...

சம்யுக்தா

முதல் காதல்

ஜில்லென்ற தென்றல்

நீ வருவதை அறிவிக்க...

என் கண்களின் ஓரத்தில்

உன்னை பார்த்தேன்.

அறுவடை செய்யும்

அரிவாள் போன்ற உன் நெற்றி,

என் மனதை அறுத்து எறிய...

கருவிழிக்கு கீழ் கரும் மை

இட்டக் கண்களில் நான் மயங்க

உன் புன்னகையில்

ஏழு வண்ண வானவில் மழுங்கி போக

உன்பற்களை வர்ணிக்க முடியாத

வைரங்கள் திண்டாட...

நீ என்னை பார்த்த அந்த நொடி

அதை வர்ணிக்க சொற்கள் தான்

உண்டோ? இச்செந்தமிழில்

இ. உபேந்திரா

முத்தமிழே நம்மின் முகவரி

முத்தமிழே முத்தான முதல்மொழி தமிழே

வள்ளுவனின் வாய்மொழியாக வந்த தமிழ்

கம்பனின் கைமொழியாக கனிந்த மொழி

பார் போற்றும் பழம்மொழியாகிய பைந்தமிழ்

கார்மழையாய் செழிக்கச்செய்த செந்தமிழ் மொழியே

தரணி செழித்து தமிழினம் காக்கவந்தாய்

ஏராளமாய் தடைகள் தாக்கியும் தன்மையால்

தாராளமாய் காத்துநின்று தனியாக வென்றாய்

புராணங்களாய் நீதிகளைப் பரவச் செய்தாய்

புறாவிற்கும் தசைகொடுக்கும் பண்பினை வளர்த்தாய்

பூவிற்கும் தேர்நல்கும் பணிவினை விதைத்தாய்

ஆவிற்கும் நீதிவழங்கி அறம் காத்தாய்

இறைவனையும் சோதிக்கும் இயல்பு தந்தாய்

அரசனுக்கும் பிழையுணர்த்தும் அதிகாரம் தந்தாய்

வளங்கள் யாவும்தந்து வசந்தமாய் நின்றாய்

களங்களிலும் வீரம்தந்து வெற்றியாய் வந்தாய்

உள்ளங்களில் உணர்வாக எழுந்து உயர்வாகினாய்

புத்திதந்து பூமியிலே புகழ்பெறவே செய்தாய்

சக்தியளித்து சாதனைகள் பலசெய்த சங்கத் தமிழே

முத்திதரும் முத்தமிழே நீயேயெங்கள் முகவரி..

 க. அய்யம்மாள்

யானை எதற்கு! பூனை போதும்

இனமொழி சாதி மதம்..உடைத்தெறி

இந்த இம்சை போதும்...

துள்ளும் மீனுக்கு ஏது சாதி..?

தூண்டிலிட்டு...பார்க்காத மோதி....

மனித நேயம் மட்டும்-மண்ணில்வேணும்!!

மாற்றம் வந்தால்..மானிடம் வாழும்!!

உனக்குள் மதம் பிடித்த யானை

வேண்டாம்...உன் மனம்

பிடிக்கும் பூனை போதும்..

சாதி பார்த்தால்..அடுத்தவனுக்கு வேதனை ...

சாதிக்க பார்த்தால்..நீ தொடுவதெல்லாம் சாதனை...

சந்தி பிழை வந்து போலாம்...

சாதி கொலை தீர்ந்து போலாம்...

மதப் பிரிவு மாய்ந்து போக..அதை

வதம் செய்து கொன்று தீர்க்க!!

சாதிசமயம் எல்லாம் மறந்து கொல்

சரிச்சமம் என மாற்றிக்கொள்...

குறைந்தவன் என எவனுமில்லை...

குரைத்தவன் எல்லாம் வாழ்ந்ததில்லை!!

கா. அபிபாலன்

வசந்தமாளிகை!

வீட்ட சுத்தி முள்ளுக் காடு

எங்களக் காக்கும் எல்லக் கோடு!

நஞ்ச கூரப் பேந்த செவுரு

நெலயில்லாம சாஞ்ச கதவு!

பத்தியச் சோறு பச்ச மொளகா

பஞ்சு திரிச்ச தலவானி பிஞ்ச

விரிஞ்ச ஓலப்பாயி...

மலத் தண்ணிய குடிதண்ணியாக்க

வட்டக் கொடம் எப்பயும்

வானத்த அண்ணாந்து பாக்கும்!.....

ஒத்த சுத்துக்கு ஊரக் கத்திக்

கூட்டும் கட்டறுந்தக் காத்தாடி!

பொட்ட வெயிலும் புயக் காத்தும்

எங்க வீட்டு விருந்தாடி!.....

ச. ஸ்ரீராம்

வானமாய் வாழ்ந்திடு

வானமாய் நீண்ட வாழ்கை...

பகலும் இரவுமாய் மாறும்

இன்பம் துன்பம்...

அதில் வெளிச்சத்தை இருளாகவும்

இருளை வெளிச்சமாகவும்

மாற்றும் சில உறவுகள்...

மழை எனும் அழுகையும் இடி

எனும் கர்வத்தையும் மின்னல்

எனும் கோபத்தையும்

அவ்வபொழுதே வெளிப்படுத்திடு...

மனதுக்குள் எதையும் அடக்காதே...

எது எப்படியானாலும் அந்த

மேகத்தை போலவே நீயும்

அனைத்தையும் கடந்து செல்....

வாழ்கை உனது வாழ்வதும்

வீழ்வதும் உன் கையில்

நம்பிக்கையுடன் போராடு வானவில்லாய்

பல வண்ணங்களில் மிளிர்ந்திடு

சந்தியா ஜெய்சங்கர்

வாழ்க்கை என்னும் விளையாட்டு!

வாழ்க்கை ஓர் விளையாட்டு

ஆட ஆட புரிகிறது

ஆட்டக்காரன் நாமல்ல

ஆட்டுவிக்கப்படும் பொம்மையே நாம்

வரையறைக்குட்படாத ஆட்டம்

பிறப்பில் தொடங்கி இறப்பில் முடிந்து

காற்றில் கரையும் ஓர் உயிரின் அத்தியாயம்

உணர்ச்சிகளின் போராட்டம்

அன்பு பாசம் அழுகை உவகை

விருப்பு வெறுப்பு காதல் காமம்

இவற்றின் கலவையே வாழ்க்கை

இன்பமின்றி துன்பத்தையும்

துன்பமின்றி இன்பத்தையும்

பிரித்தறியக் கூடுமோ?

இளமைச் செருக்கில் புரியா இப்புதிர்கள்

இயலாது தலை நரைக்கும்

காலத்தில் புரியக்கூடும்

அந்திவானம் பொன்னொளி பெறும்

மாலை நேரம் போல்

அநித்ய உலகில் நாம் ஞானஒளி

பெறும் நேரம் அந்திம காலமே!

இறைவி

விவசாயி

கும்பிட்டு அணுப்பிய

அரிசி குப்பையில்

கிடக்க

கிடங்கில் போட

வழியில்லாமல்

நெல்கள் மழையில்

நனைய

மானங்கெட்டு மலம்

தின்னு போராட

நிவராணம் கேட்டு

நிர்வாணமாக போரட

அந்நிய கூலியிடம்

அடிமைகளாக இருக்கிறோம்

காழ்புணர்ச்சி செய்யாதே

கார்ப்ரேட் நிறுவனமே

விதையும் விலையும்

விவசாயி இடம்

கொடுத்துவிடு

விஜய் கண்ணையராஜ்

www.ingramcontent.com/pod-product-compliance
Lightning Source LLC
Chambersburg PA
CBHW051811130726
47987CB00003B/1215